Ang Soro at ang Bakáw

- Alamát ni Aesop

The Fox and the Crane

- an Aesop's Fable

retold by Dawn Casey

illustrated by Jago

Tagalog translation by Ana Taguba

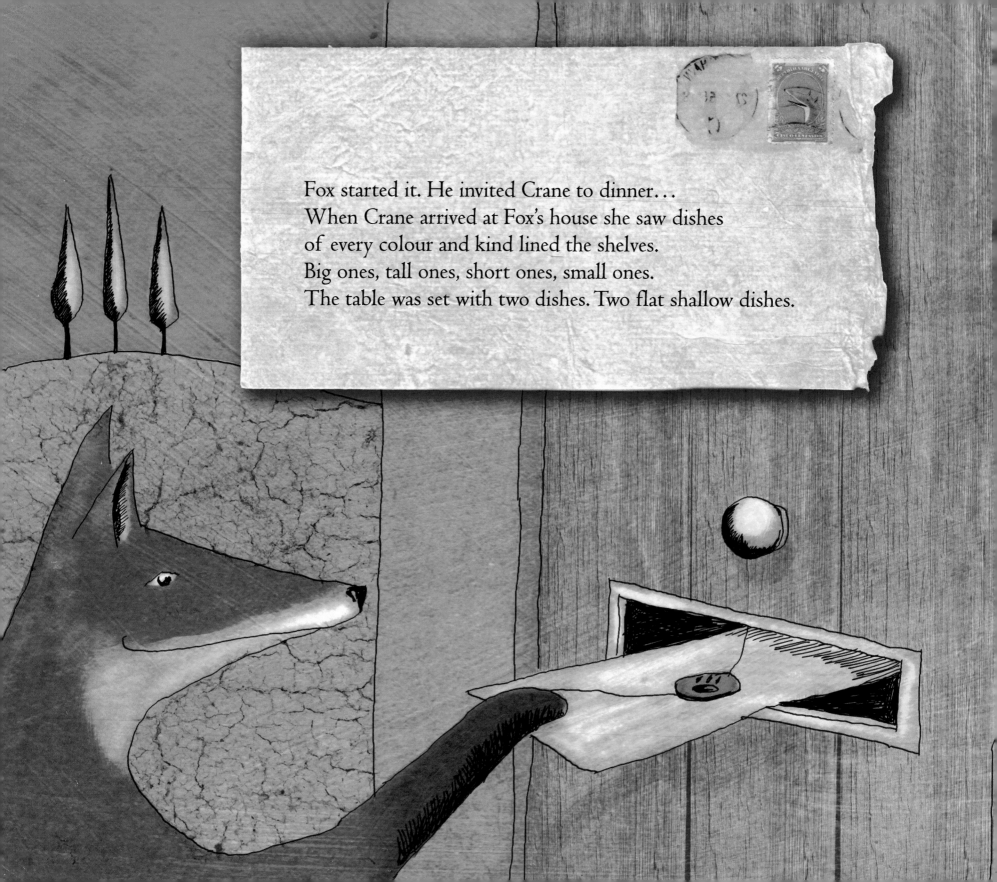

Fox started it. He invited Crane to dinner…
When Crane arrived at Fox's house she saw dishes
of every colour and kind lined the shelves.
Big ones, tall ones, short ones, small ones.
The table was set with two dishes. Two flat shallow dishes.

Sinimulaan ito ni Soro. Kinumbida niya si Bakáw sa hapúnan...
Pagdating ni Bakáw sa bahay ni Soro nakita niya ang mga iba't ibang
kulay at klaseng pinggan na nakahilera sa istante.
Mga malalakí, mga matataás, mga maigsî, mga maliliít.
Ang mesa ay may handang dalawáng pinggan. Dalawáng malapad at
mababaw na pinggan.

Pinangtukâ ni Bakáw ang kaniyang mahabàng manipís na tukâ.
Ngunit gaano man kasikap ang kaniyang pagsubok, hindi siyá
makakuha ng kahit isang sipsíp sa sópas.

  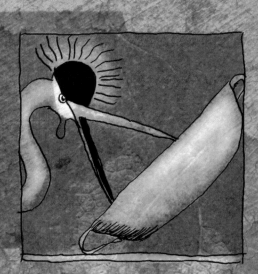

Crane pecked and she picked with her long thin beak. But no matter
how hard she tried she could not get even a sip of the soup.

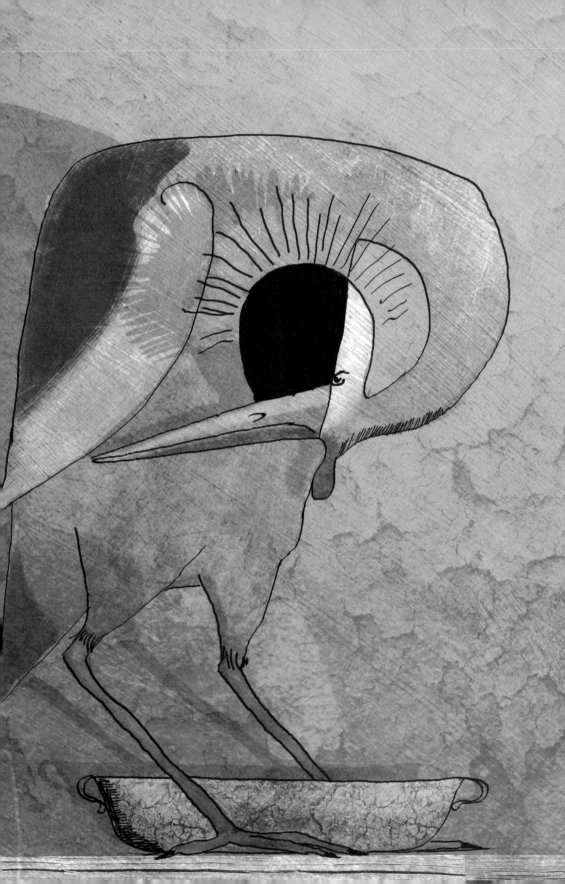

Pinanoód ni Soro si Bakáw na nahihirapan at siyá'y ngumisngís. Inangat niya and kaniyang sariling sopas sa kaniyang labì, at sa isang SIPSIP, TALSIK, HIGOP nahimod niya ito lahat.

"Ahhhh, ang sarap!" lulón niya, habang pinagpunas ang likód ng kaniyang lamukutin sa kaniyang balbás.

"Oh Bakáw, hindi mo ginalaw and iyong sópas," sabi ni Soro na may ngisi. "Sorry hindi mo nagustuhan," dagdag niya, pinipigilan ang sarili na hindi mapasinghál ng tawá.

Fox watched Crane struggling and sniggered. He lifted his own soup to his lips, and with a SIP, SLOP, SLURP he lapped it all up. "Ahhhh, delicious!" he scoffed, wiping his whiskers with the back of his paw. "Oh Crane, you haven't touched your soup," said Fox with a smirk. "I AM sorry you didn't like it," he added, trying not to snort with laughter.

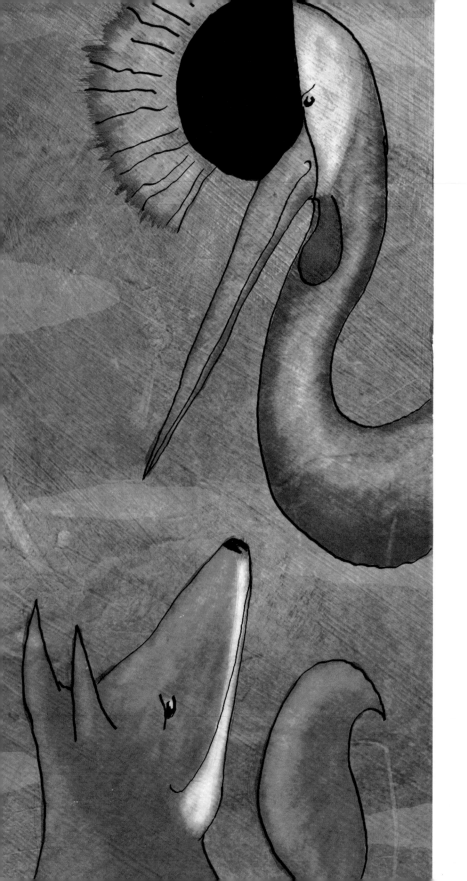

Walang sinabi si Bakáw. Tinignan niya ang pagkain.
Tinignan niya ang pinggan. Tinignan niya si Soro,
at pumangitî.
"Mahal kong Soro, salamat sa iyong
kagandahang-loob," magalang na sinabi ni Bakáw.
"Payagan mo naman ako na makabayad sa iyo –
maghapunan tayo sa bahay."

Nang dumatíng si Soro nakabukas ang bintanà.
May masarap na amoy na umanod sa labas.
Inangat ni Soro ang kaniyang ngusò at suminghót.
Naglawáy ang kaniyang bibíg. Dumagundóng ang
kaniyang tiyán. Dinilaan niya ang kaniyang labì.

Crane said nothing. She looked at the meal. She looked
at the dish. She looked at Fox, and smiled.
"Dear Fox, thank you for your kindness," said Crane
politely. "Please let me repay you – come to dinner at
my house."

When Fox arrived the window was open. A delicious
smell drifted out. Fox lifted his snout and sniffed. His
mouth watered. His stomach rumbled. He licked his lips.

"Mahal kong Soro, pumasok ka," sabi ni Bakáw, magiliw niyang pinahabà and kaniyang pakpák.

Pumagiít si Soro. Nakita niya ang mga iba't ibang kulay at klaseng pinggan na nakahilera sa istante. Mga pulá, mga asúl, mga lumà, mga bago.

Ang mesa ay may handang dalawáng pinggan. Dalawáng mahabà at makitid na pinggan.

"My dear Fox, do come in," said Crane, extending her wing graciously.

Fox pushed past. He saw dishes of every colour and kind lined the shelves. Red ones, blue ones, old ones, new ones.

The table was set with two dishes. Two tall narrow dishes.

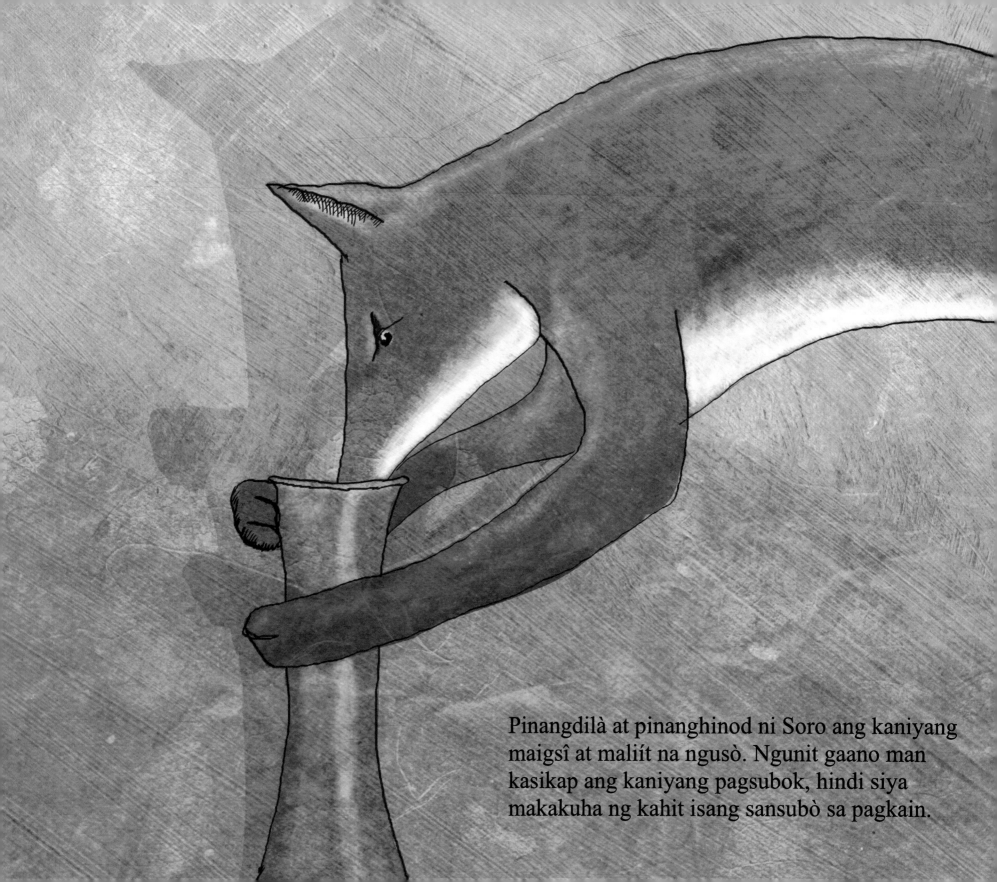

Pinangdilà at pinanghinod ni Soro ang kaniyang maigsî at maliít na ngusò. Ngunit gaano man kasikap ang kaniyang pagsubok, hindi siya makakuha ng kahit isang sansubò sa pagkain.

Fox licked and he lapped with his short little snout.
But no matter how hard he tried he could not
get even a mouthful of the meal.

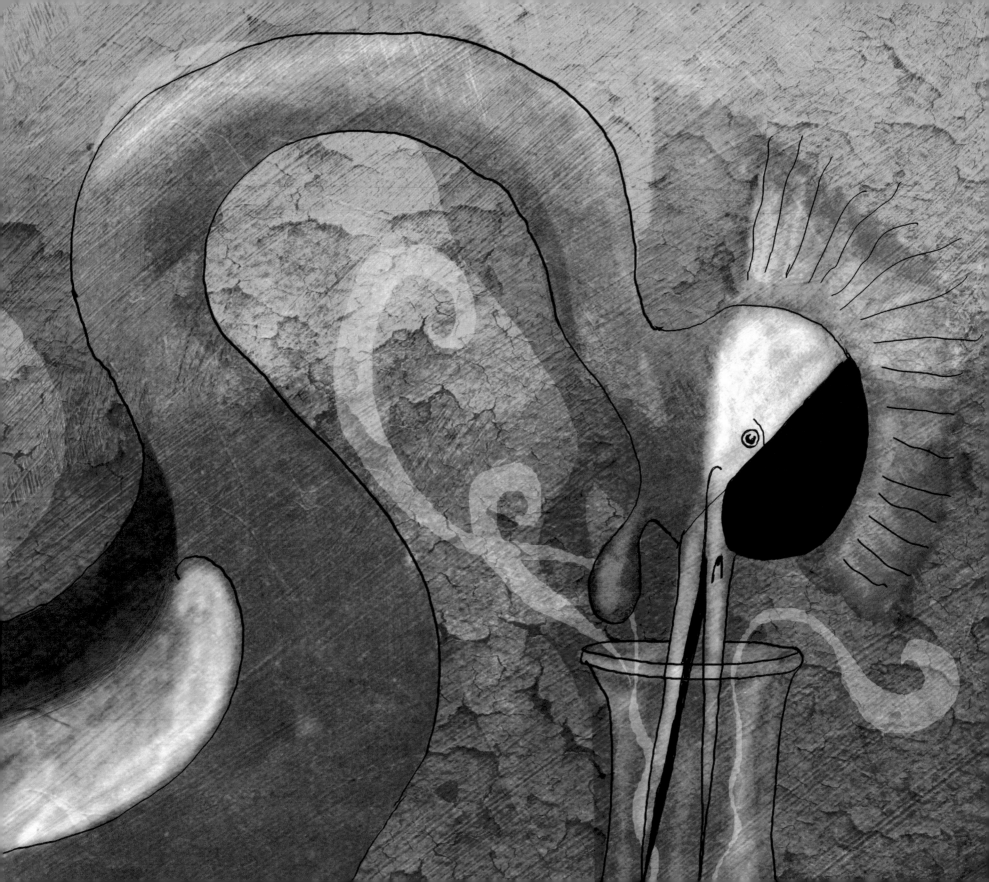

Dahan-dahang kinain ni Bakáw ang kaniyang
pagkain, nilasapan niya ang bawá't sansubò.
"Mahal kong Soro, maraming salamat sa iyong
pagdalaw," siyá'y ngumitî, "Ako'y lugód na
makapag-bayad sa iyong kagandahang-loob."

Lumaguklók at umungol ang tiyán ni Soro.
At siyá'y gutóm pa rin nang umuwî.

Crane ate her meal very slowly, savouring every mouthful.
"Dear Fox, thank you so much for coming," she smiled,
"it has been a pleasure to repay your kindness."

Fox's tummy gurgled and grumbled.
And when he went home, he was still hungry.

The Fox and the Crane

Writing Activity:
Read the story. Explain that we can write our own fable by changing the characters.

Discuss the different animals you could use, bearing in mind what different kinds of dishes they would need! For example, instead of the fox and the crane you could have a tiny mouse and a tall giraffe.

Write an example together as a class, then give the children the opportunity to write their own. Children who need support could be provided with a writing frame.

Art Activity:
Dishes of every colour and kind! Create them from clay, salt dough, play dough… Make them, paint them, decorate them…

Maths Activity:
Provide a variety of vessels: bowls, jugs, vases, mugs… Children can use these to investigate capacity:

Compare the containers and order them from smallest to largest.

Estimate the capacity of each container.

Young children can use non-standard measures e.g. 'about 3 beakers full'.

Check estimates by filling the container with coloured liquid ('soup') or dry lentils.

Older children can use standard measures such as a litre jug, and measure using litres and millilitres. How near were the estimates?

Label each vessel with its capacity.

The King of the Forest

Writing Activity:
Children can write their own fables by changing the setting of this story. Think about what kinds of animals you would find in a different setting. For example how about 'The King of the Arctic' starring an arctic fox and a polar bear!

Storytelling Activity:
Draw a long path down a roll of paper showing the route Fox took through the forest. The children can add their own details, drawing in the various scenes and re-telling the story orally with model animals.

If you are feeling ambitious you could chalk the path onto the playground so that children can act out the story using appropriate noises and movements! (They could even make masks to wear, decorated with feathers, woollen fur, sequin scales etc.)

Music Activity:
Children choose a forest animal. Then select an instrument that will make a sound that matches the way their animal looks and moves. Encourage children to think about musical features such as volume, pitch and rhythm. For example a loud, low, plodding rhythm played on a drum could represent an elephant.

Children perform their animal sounds. Can the class guess the animal?

Children can play their pieces in groups, to create a forest soundscape.

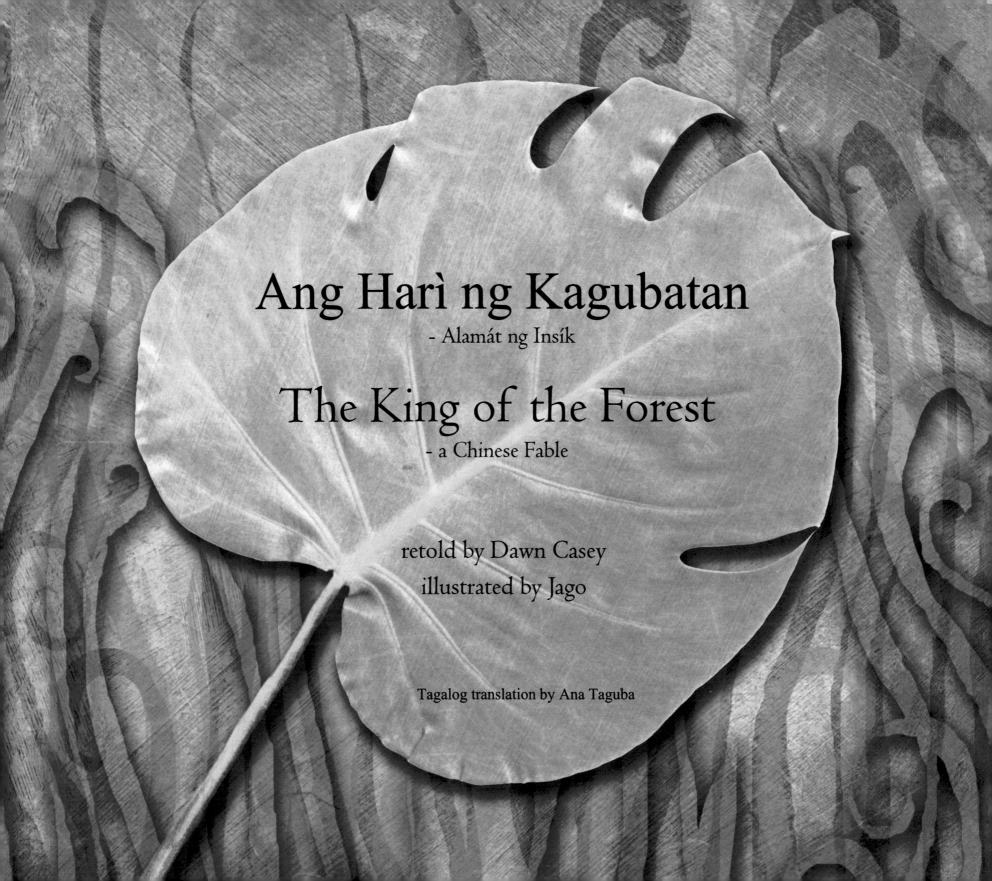

Ang Harì ng Kagubatan

- Alamát ng Insík

The King of the Forest

- a Chinese Fable

retold by Dawn Casey

illustrated by Jago

Tagalog translation by Ana Taguba

Naglalakad si Soro sa kagubatan nang may nariníg siyang gumagaláw sa mahahabang damó.

KALUSKOS Isáng bagay na malaki.

KURAP Isáng bagay na may matang diláw.

KISLAP Isáng bagay na may ngiping katulad ng kutsilyo.

Fox was walking in the forest when he heard something moving in the long grass.

RUSTLE Something big.

BLINK Something with yellow eyes.

FLASH Something with teeth like knives.

"Magandang umaga munting soro," ngumisi si Tigre, at ang kaniyang bibíg ay wala kundi ngipin.

Lumunók si Soro.

"Ako'y lugód na nakilala kita," iningay ni Tigre, "kákasimula lang ng gutom ko."

Mabilís na nag-isip si Soro. "Sino kang humahamon sa akin!" sabì niya. "Hindi mo ba alam ako ang Harì ng Kagubatan?"

"Ikáw! Harì ng Kagubatan?" sabi ni Tigre, at siya'y umungal ng tawa.

"Kung hindi ka makapaniwalà sa akin," madakilang sagót ni Soro, "maglakad ka sa likód ko at makikita mo – lahát ay takót sa akin."

"Itó kailangan kong makita," sabi ni Tigre.

Kayâ pumasyál si Soro sa kagubatan. Mayabang na sumunod si Tigre sa likód, taás hawak ang kaniyang buntót, hanggang…

"Good morning little fox," Tiger grinned, and his mouth was nothing but teeth.

Fox gulped.

"I am pleased to meet you," Tiger purred. "I was just beginning to feel hungry."

Fox thought fast. "How dare you!" he said. "Don't you know I'm the King of the Forest?"

"You! King of the Forest?" said Tiger, and he roared with laughter.

"If you don't believe me," replied Fox with dignity, "walk behind me and you'll see – everyone is scared of me."

"This I've got to see," said Tiger.

So Fox strolled through the forest. Tiger followed behind proudly, with his tail held high, until…

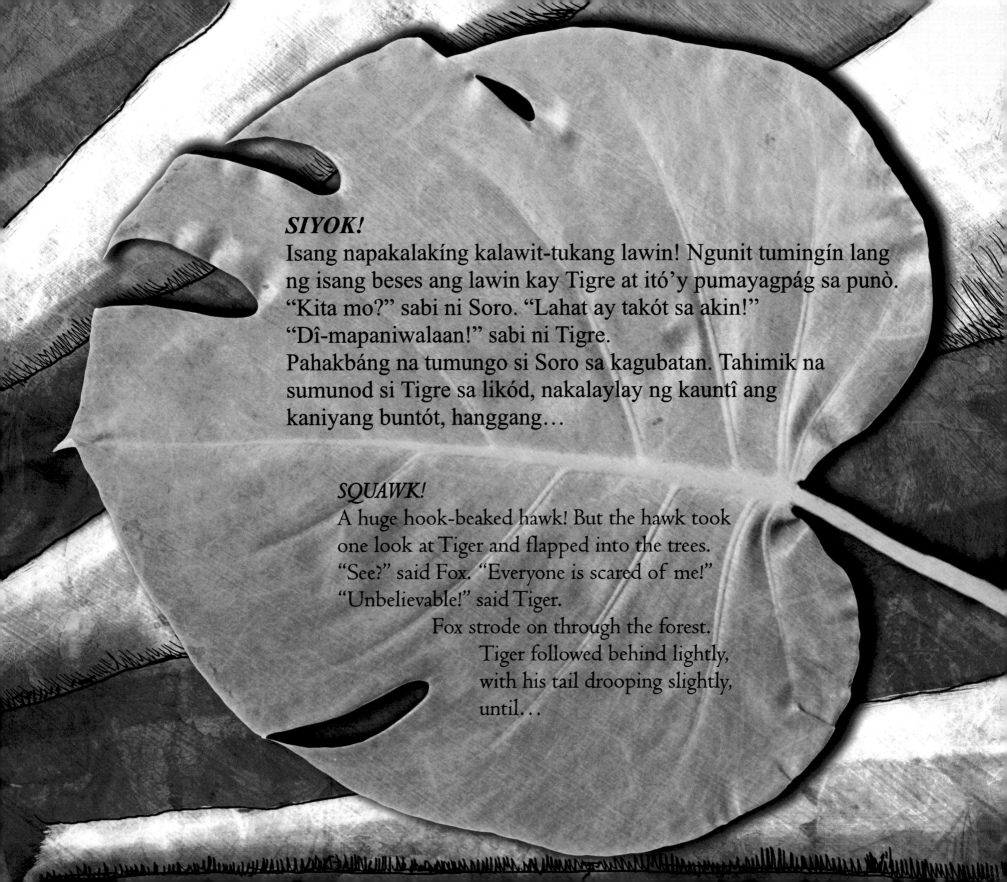

SIYOK!
Isang napakalakíng kalawit-tukang lawin! Ngunit tumingín lang
ng isang beses ang lawin kay Tigre at itó'y pumayagpág sa punò.
"Kita mo?" sabi ni Soro. "Lahat ay takót sa akin!"
"Dî-mapaniwalaan!" sabi ni Tigre.
Pahakbáng na tumungo si Soro sa kagubatan. Tahimik na
sumunod si Tigre sa likód, nakalaylay ng kauntî ang
kaniyang buntót, hanggang…

SQUAWK!
A huge hook-beaked hawk! But the hawk took
one look at Tiger and flapped into the trees.
"See?" said Fox. "Everyone is scared of me!"
"Unbelievable!" said Tiger.
Fox strode on through the forest.
Tiger followed behind lightly,
with his tail drooping slightly,
until…

UNGOL!
Isang malaking itim na oso! Ngunit tumingín lang ng isang
beses ang oso kay Tigre at itó'y bumanggá sa damó.
"Kita mo?" sabi ni Soro. "Lahat ay takót sa akin!"
"Dî-mapaniwalaan!" sabi ni Tigre.
Nagmartsa si Soro sa kagubatan. Makumbabang sumunod
si Tigre sa likód, nakaladlad ang kaniyang buntót sa sahíg
ng kagubatan, hanggang…

GROWL!
A big black bear! But the bear took one look
at Tiger and crashed into the bushes.
"See?" said Fox. "Everyone is scared of me!"
"Incredible!" said Tiger.
Fox marched on through the forest. Tiger
followed behind meekly, with his tail
dragging on the forest floor, until…

SAGITSIT!
Isang makinis at madulás na ahas! Ngunit tumingín
lang ng isang beses ang ahas kay Tigre at itó'y pumadulás
sa ilalim ng damó.
"KITA MO?" sabi ni Soro. "LAHAT AY TAKÓT
SA AKIN!"

HISSSSSSS!
A slinky slidey snake! But the snake took one look
at Tiger and slithered into the undergrowth.
"SEE?" said Fox. "EVERYONE IS SCARED
OF ME!"

"Nakikita ko na," sabi ni Tigre, "ikáw ang Harì ng Kagubatan at ako ang iyong mapagpakumbabang alagád."
"Mahusay," sabi ni Soro. "Kung gayon, paalam na!"

At umalís si Tigre, nakaipit ang kaniyang buntót sa pagitan ng kaniyang paanán.

"I do see," said Tiger, "you are the King of the Forest and I am your humble servant."
"Good," said Fox. "Then, be gone!"

And Tiger went, with his tail between his legs.

"Harì ng Kagubatan," sabi ni Soro sa kaniyang sarili na may ngitî. Ang kaniyang ngitî ay naging ngisi, at ang kaniyang ngisi ay naging bungisngís, at humalakhák ng humalakhák ng malakas si Soro sa kaniyang pag-uwí.

"King of the Forest," said Fox to himself with a smile. His smile grew into a grin, and his grin grew into a giggle, and Fox laughed out loud all the way home.

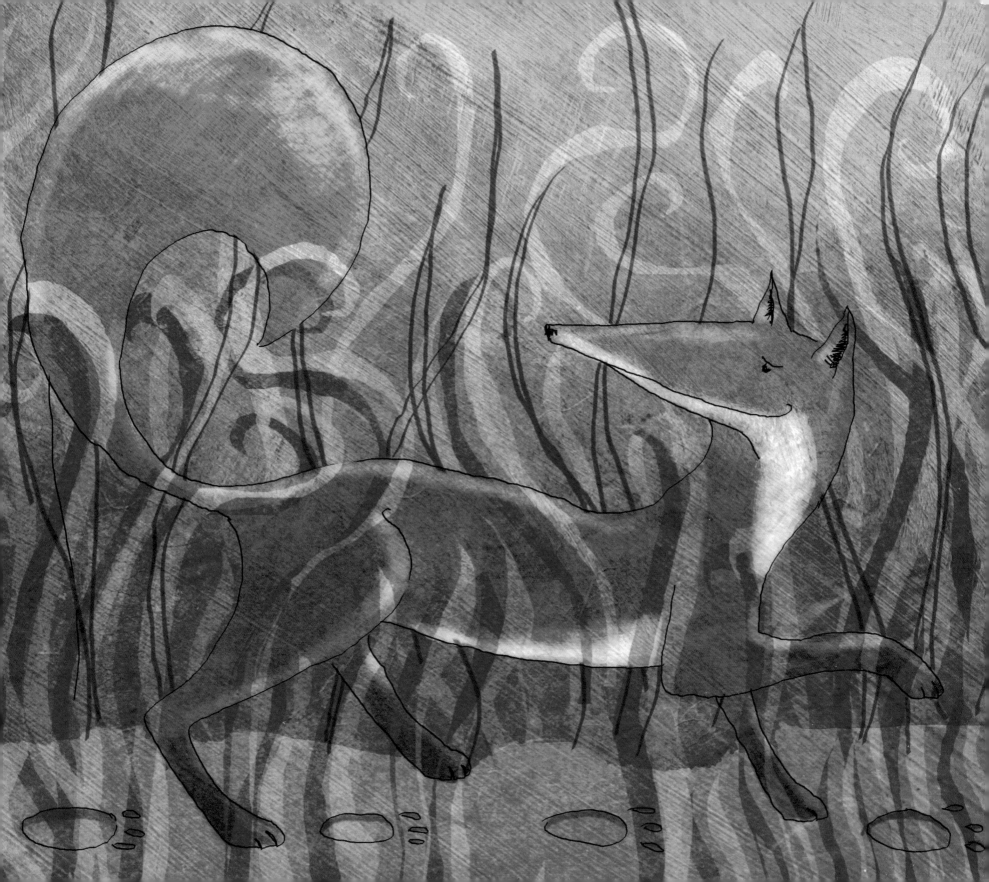

To my Nana, with love ~ DC

For my wife, Alex ~ J

First published in 2006 by Mantra Lingua Ltd
Global House, 303 Ballards Lane
London N12 8NP
www.mantralingua.com

Text copyright © 2006 Dawn Casey
Illustration copyright © 2006 Jago
Dual language copyright © 2006 Mantra Lingua Ltd
This edition 2012

A CIP record for this book is available from the British Library